Ang Sining ng Pagmamapa ng Pag-uusap

Marcy Schaaf

Tagalog

Nagtataka ka ba kung paano patuloy na dumadaloy ang pag-uusap ng ilang tao, anuman ang sitwasyon? Sa The Art of Conversation Mapping, makakatuklas ka ng masaya at simpleng paraan para gawing kasiya-siya ang bawat chat!

Gamit ang kapana-panabik na tool na ito, matututunan mo kung paano pangasiwaan ang anumang pag-uusap—positibo, negatibo, o neutral ang tugon. Malalaman mo kung paano ang pagtatanong ng mas mahusay na mga tanong, pananatiling kalmado, at pag-uulit ng mga pangunahing parirala ay maaaring maging isang makabuluhang palitan kahit ang pinakasimpleng chat.

Sumali sa pakikipagsapalaran sa pag-master ng Conversation Mapping, isang pamamaraan na ginagamit kahit ng mga ahente ng CIA upang manatiling cool at kolektahin. Gamit ang mga madaling tip na ito, mapapanatili mong masaya at dumadaloy ang mga pag-uusap, at ikaw ang magiging bida sa bawat usapan!

Maghanda upang maging isang propesyonal sa pag-uusap!

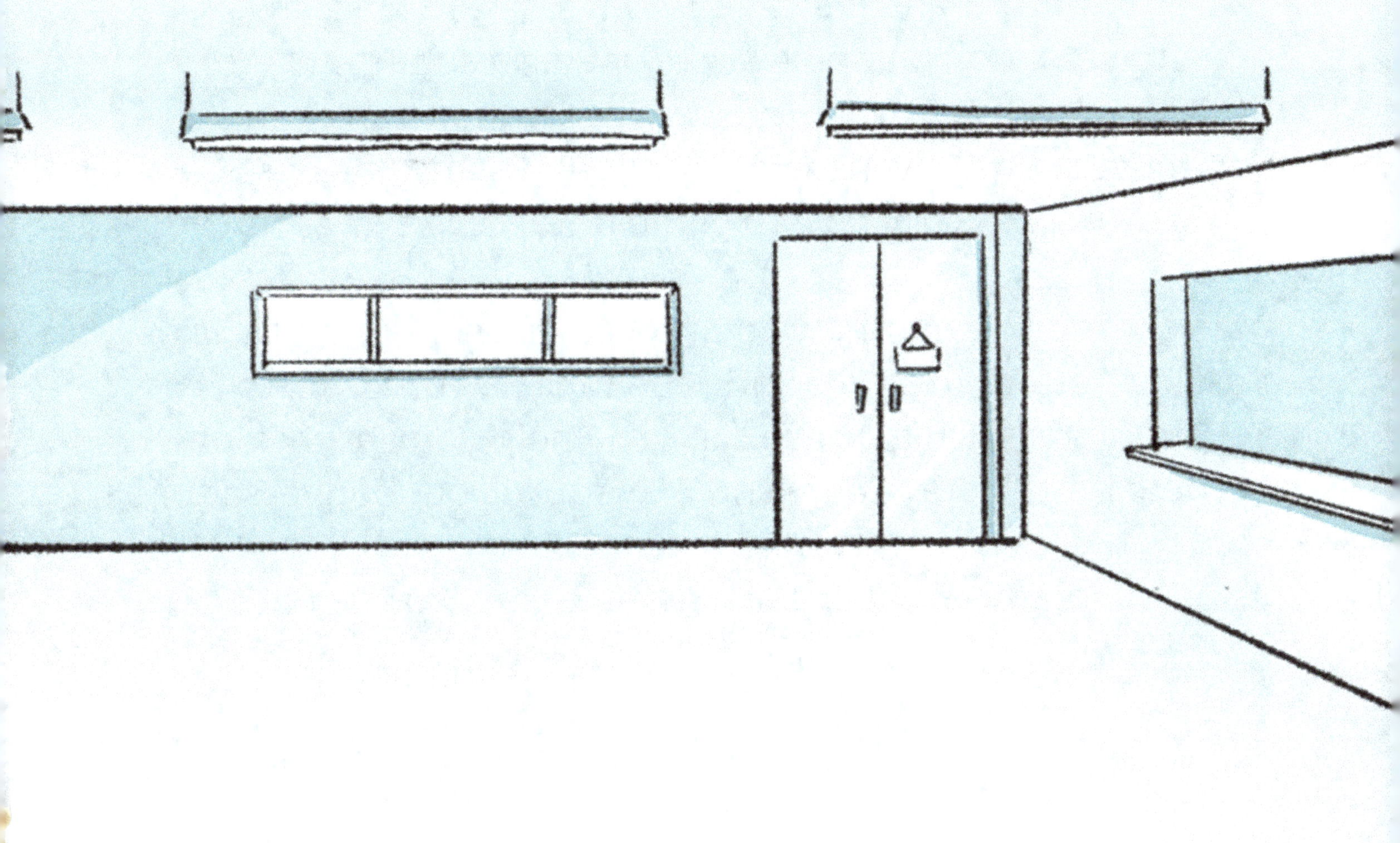

Copywrite @ 2024 Marcy Schaaf
The Art of Conversation Mapping

Have you ever been in a conversation where things just... stop? Maybe your friend gives a short answer, or someone gets too excited, and suddenly, it feels awkward. Don't worry—there's a secret trick to keep the chat going smoothly, and it's called Conversation Mapping!
Conversation Mapping is like having a superpower for talking! You'll learn how every conversation can go in three directions: positive, negative, or neutral. And the best part? You'll know exactly how to guide it, keeping things fun and friendly.
In this book, we'll show you how to use simple tricks, like asking better questions and repeating key phrases, to keep everyone talking. These skills will help you get to know people better, stay calm, and make sure your conversations never get stuck!
Are you ready to become a conversation expert? Let's dive in and start mapping!

Nakarating na ba kayo sa isang pag-uusap kung saan ang mga bagay ay... huminto? Marahil ay nagbibigay ng maikling sagot ang iyong kaibigan, o may nasasabik nang sobra, at bigla itong nakaramdam ng awkward. Huwag mag-alala—may lihim na trick para mapanatiling maayos ang chat, at tinatawag itong Conversation Mapping!

Ang Conversation Mapping ay parang pagkakaroon ng superpower para sa pakikipag-usap! Matututuhan mo kung paano mapupunta ang bawat pag-uusap sa tatlong direksyon: positibo, negatibo, o neutral. At ang pinakamagandang bahagi? Malalaman mo nang eksakto kung paano ito gagabayan, pinapanatili ang mga bagay na masaya at palakaibigan.

Sa aklat na ito, ipapakita namin sa iyo kung paano gumamit ng mga simpleng trick, tulad ng pagtatanong ng mas mahuhusay na tanong at pag-uulit ng mga pangunahing parirala, upang panatilihing nagsasalita ang lahat. Tutulungan ka ng mga kasanayang ito na mas makilala ang mga tao, manatiling kalmado, at tiyaking hindi natigil ang iyong mga pag-uusap!

Handa ka na bang maging eksperto sa pag-uusap? Sumisid tayo at simulan ang pagmamapa!

In a world of talking, words fly around.
But how do you keep things calm and sound?

Sa mundo ng pakikipag-usap, lumilipad ang mga salita. Ngunit paano mo mapanatiling kalmado at maayos ang mga bagay?

With a tool called Conversation Mapping,
You'll keep the chat going, no one's napping.

Gamit ang isang tool na tinatawag na Conversation Mapping, Ipagpapatuloy mo ang pakikipag-chat, walang humihinga.

Each conversation can go three ways,
Positive, Negative, or Neutral plays.

Ang bawat pag-uusap ay maaaring pumunta sa tatlong paraan, Positibo, Negatibo, o Neutral na mga paglalaro.

A positive reply, "I love this snack!"
But don't get too excited, just stay on track.

Isang positibong tugon, "Gusto ko ang meryenda na ito!" Ngunit huwag masyadong matuwa, manatili lamang sa landas.

A neutral response helps things stay steady,
Like, "That's nice!" Now what's next? Be ready.

Ang isang neutral na tugon ay tumutulong sa mga bagay na manatiling matatag, Tulad ng, "Ang ganda!" Ngayon ano ang susunod? Maging handa.

If someone's response seems negative or
down,
Use neutral words, don't wear a frown.

Kung ang tugon ng isang tao ay tila negatibo o mahina, Gumamit ng mga neutral na salita, huwag magsuot ng simangot.

Ask something new, specific, and kind,
This keeps the conversation flowing in line.

Magtanong ng bago, tiyak, at mabait, Ito ay nagpapanatili sa pag-uusap sa linya.

"Hey, how's your sandwich?" "It's okay, I guess..."
But what can you say next to impress?

"Hoy, kamusta ang sandwich mo?" "Okay lang, I guess..." Pero ano ang masasabi mo sa susunod para mapabilib?

You notice it's peanut butter and jelly,
So ask, "What's your favorite kind of jelly?"

Napansin mong peanut butter at jelly ito, Kaya itanong mo, "Ano ang paborito mong uri ng halaya?"

With a better question, they'll gladly reply,
And the chat will keep sailing, easy as pie!

Sa mas magandang tanong, malugod silang tutugon, At ang chat ay patuloy na maglalayag, kasing dali ng pie!

Neutral keeps things from getting too wild,
And everyone talks without feeling riled.

Pinipigilan ng neutral ang mga bagay na maging masyadong ligaw, At lahat ay nagsasalita nang hindi nakakaramdam ng galit.

Agents use this technique, you see,
To stay focused and read people carefully.

Ginagamit ng mga ahente ang pamamaraang ito,
nakikita mo, Upang manatiling nakatuon at
basahin nang mabuti ang mga tao.

While they listen, they study the room,
And conversations bloom without a boom.

Habang nakikinig sila, pinag-aaralan nila ang silid, At ang mga pag-uusap ay namumulaklak nang walang boom.

When someone's upset, don't react with haste,
A neutral reply saves the talk from waste.

Kapag may nagagalit, huwag magmadali, Ang isang neutral na tugon ay nagliligtas sa usapan mula sa basura.

Repeat their words, like, "It's okay?"
They'll feel heard and have more to say.

Ulitin ang kanilang mga salita, tulad ng, "Okay lang?" Pakiramdam nila ay maririnig sila at marami pang sasabihin.

Let them talk, give them some space,
Your quiet listening sets the pace.

Hayaan silang magsalita, bigyan sila ng ilang espasyo, Ang iyong tahimik na pakikinig ay nagtatakda ng bilis.

This tool can help you get to know
Your friends and family,
letting conversations flow.

Matutulungan ka ng tool na ito na makilala ang Iyong mga kaibigan at pamilya, na nagbibigay-daan sa pagdaloy ng mga pag-uusap.

So, when chatting next, give this a try,
And watch as time just flies right by.

Kaya, sa susunod na pakikipag-chat, subukan
ito, At panoorin habang lumilipas ang oras.

If they're too happy or sounding down,
Stay calm, don't let your own voice drown.

Kung sila ay masyadong masaya o mahina,
Manatiling kalmado, huwag hayaang malunod ang
iyong sariling boses.

Neutral responses, like "Interesting," or "Hmm,"
Will keep the talk from sounding too glum.

Ang mga neutral na tugon, tulad ng "Kawili-wili,"
o "Hmm," Pipigilan ang usapan na maging
masyadong magulo.

It's a tool that works in every way,
In school, at home, or just at play.

Ito ay isang tool na gumagana sa lahat ng paraan, Sa paaralan, sa bahay, o sa paglalaro lamang.

You're in control with each reply,
And everyone feels like they can fly!

Ikaw ang may kontrol sa bawat tugon, At pakiramdam ng lahat ay kaya nilang lumipad!

Anticipate what they might say next,
And your chats will never be perplexed.

Asahan ang susunod nilang sasabihin, At ang iyong mga chat ay hindi kailanman maguguluhan.

Listen closely and watch the scene,
Conversation Mapping keeps things serene.

Makinig nang mabuti at panoorin ang eksena, pinapanatili ng Conversation Mapping ang mga bagay na payapa.

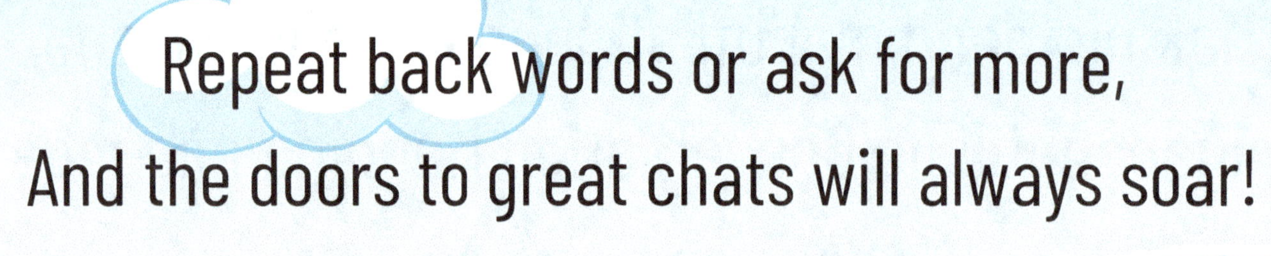
Repeat back words or ask for more,
And the doors to great chats will always soar!

Ulitin ang mga salita pabalik o humingi ng higit
pa, At ang mga pintuan sa magagandang chat ay
palaging papailanglang!

You can steer the talk with just one phrase,
And keep everyone engaged and amazed.

Maaari mong patnubayan ang usapan sa isang parirala lamang, At panatilihing nakatuon at namangha ang lahat.

You'll feel like an agent, calm and wise,
With every word, your skills will rise.

Madarama mong ikaw ay isang ahente, mahinahon at matalino, Sa bawat salita, ang iyong mga kakayahan ay tataas.

Don't worry if they say something bland,
Just ask better questions—they'll understand!

Huwag mag-alala kung may sasabihin silang hindi maganda, Magtanong lang ng mas mahusay na mga tanong-maiintindihan nila!

What's neutral? It's simple, just being clear,
And soon their thoughts will reappear.

Ano ang neutral? Ito ay simple, pagiging malinaw lamang, At sa lalong madaling panahon ang kanilang mga iniisip ay muling lilitaw.

So remember these tips, they're super cool,
For every chat, this is your tool!

Kaya tandaan ang mga tip na ito, ang mga ito ay sobrang cool, Para sa bawat chat, ito ang iyong tool!

Positive, Negative, or
Neutral path,
You've got the power to do
the math!

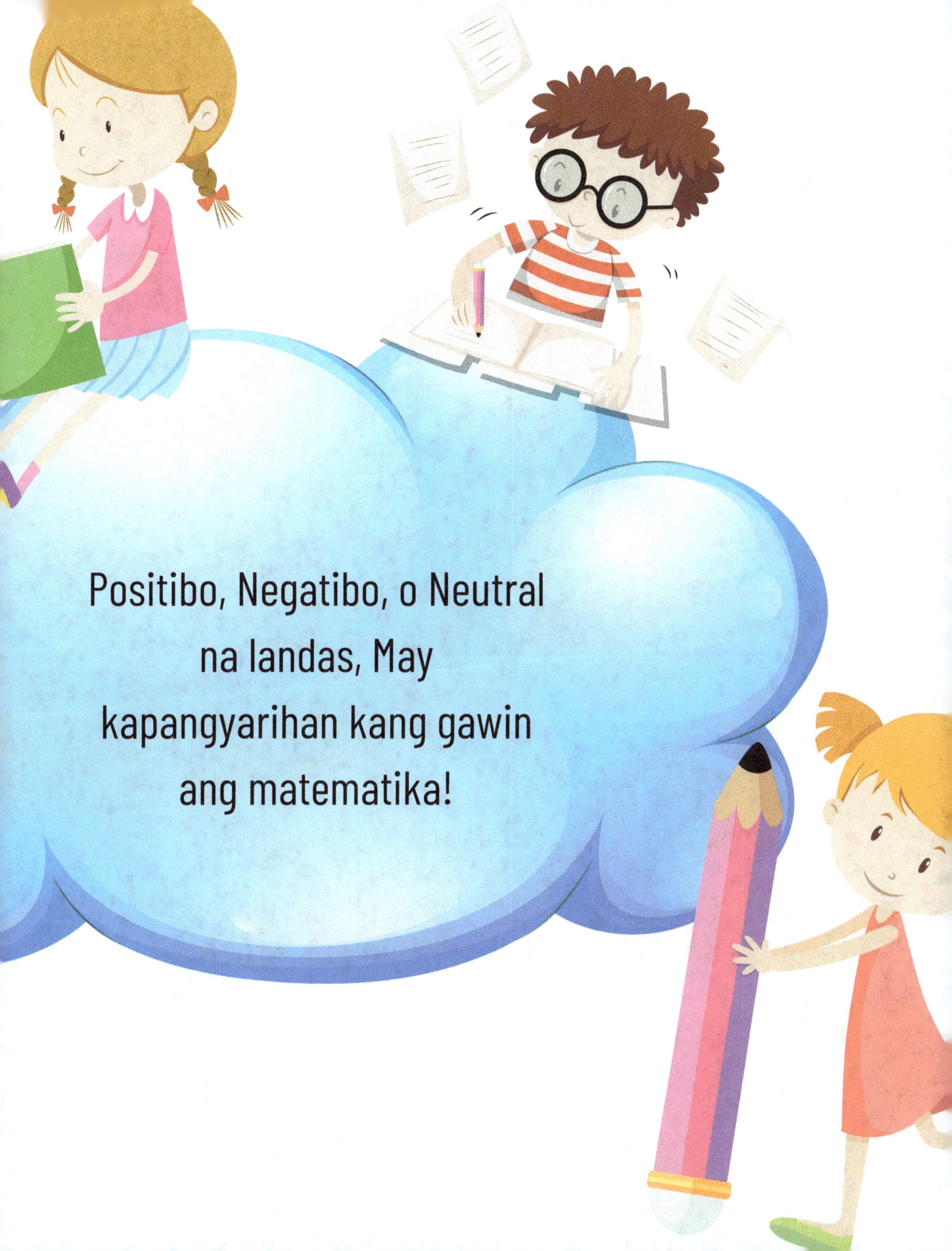

Positibo, Negatibo, o Neutral
na landas, May
kapangyarihan kang gawin
ang matematika!

With Conversation Mapping, you'll find your way,
And keep every conversation bright as day.

Gamit ang Conversation Mapping, mahahanap mo ang iyong paraan, At panatilihing maliwanag ang bawat pag-uusap bilang araw.

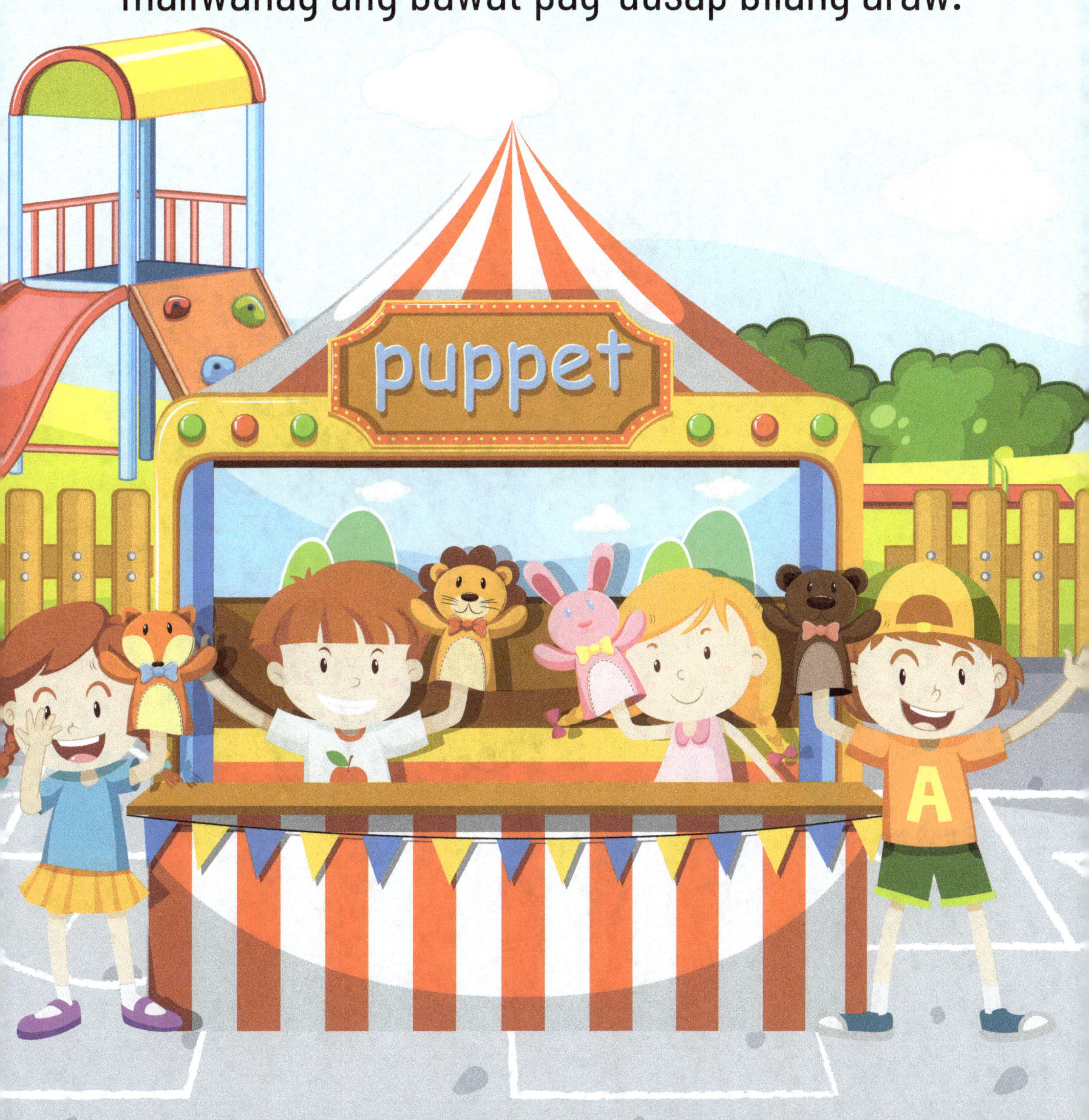

So go ahead and give it a spin,
With these skills, you'll always win!

Kaya't sige at bigyan ito ng pag-ikot, Gamit ang mga kasanayang ito, palagi kang mananalo!

From small talk to big talks, all through the day,
Conversation Mapping lights your way!
SCHOOL

Mula sa maliit na usapan hanggang sa malalaking usapan, sa buong araw, ang Conversation Mapping ang nagbibigay liwanag sa iyong paraan!
SCHOOL

You're the captain of every word—
Let your conversation skills be heard!

Ikaw ang kapitan ng bawat salita—
Hayaang marinig ang iyong mga kasanayan sa
pakikipag-usap!

The End.

Ang
Katapusan.

Join Our Book of the Month Club!

Looking for the perfect gift that keeps on giving? Join our Book of the Month Club! For just $25 a month, or $250 if you purchase a year upfront, you or your loved ones will receive a handpicked children's book every month, straight to your doorstep.

Here's how it works:
Choose from 15 different languages to receive bilingual books that make learning fun.
Enjoy monthly shipments of our exclusive books that inspire, teach, and entertain children of all ages.
Each month's book is carefully selected to provide a new adventure, valuable lesson, and a chance to explore cultures from around the world.
It's the perfect gift for birthdays, holidays, or just because! Whether you're nurturing a young reader or encouraging language learning, our Book of the Month Club is designed to bring joy to every bookshelf.

Exclusive Bonus: As part of your membership, you'll also receive a monthly podcast about our featured book delivered straight to your email! Listen in for behind-the-scenes insights, fun facts, and tips for making storytime even more magical.

Sign up today at www.Booksbyschaaf.com and start enjoying the gift of reading all year long!

Sumali sa Aming Book of the Month Club!

Naghahanap ng perpektong regalo na patuloy na nagbibigay? Sumali sa aming Book of the Month Club! Sa halagang $25 lamang sa isang buwan, o $250 kung bibili ka ng isang taon nang maaga, ikaw o ang iyong mga mahal sa buhay ay makakatanggap ng napiling aklat na pambata bawat buwan, diretso sa iyong pintuan.

Narito kung paano ito gumagana:
Pumili mula sa 15 iba't ibang wika upang makatanggap ng mga bilingual na aklat na nagpapasaya sa pag-aaral.
Tangkilikin ang buwanang pagpapadala ng aming mga eksklusibong aklat na nagbibigay-inspirasyon, nagtuturo, at nagbibigay-aliw sa mga bata sa lahat ng edad.
Maingat na pinipili ang aklat ng bawat buwan upang magbigay ng bagong pakikipagsapalaran, mahalagang aral, at pagkakataong tuklasin ang mga kultura mula sa buong mundo.
Ito ang perpektong regalo para sa mga kaarawan, pista opisyal, o dahil lang! Nag-aalaga ka man ng isang batang mambabasa o naghihikayat sa pag-aaral ng wika, ang aming Book of the Month Club ay idinisenyo upang magdala ng kagalakan sa bawat bookshelf.

Eksklusibong Bonus: Bilang bahagi ng iyong membership, makakatanggap ka rin ng buwanang podcast tungkol sa aming itinatampok na aklat na direktang inihatid sa iyong email! Makinig para sa mga behind-the-scenes na insight, nakakatuwang katotohanan, at mga tip para gawing mas kaakit-akit ang oras ng kuwento.

Mag-sign up ngayon sa www.Booksbyschaaf.com at simulang tamasahin ang regalo ng pagbabasa sa buong taon!

Books By Schaaf

www.BookBySchaaf.com

Find us at: